AF175486

Impressum
Verlag: BABADADA GmbH, Nedderfeld 112 , 22529 Hamburg
Geschäftsführer / Verlagsleitung: Harald Hof
Druck: Books on Demand GmbH, In de Tarpen 42, 22848 Norderstedt

Imprint
Publisher: BABADADA GmbH, Nedderfeld 112 , 22529 Hamburg, Germany
Managing Director / Publishing direction: Harald Hof
Print: Books on Demand GmbH, In de Tarpen 42, 22848 Norderstedt

raba
除

186/2

allo
黑板

aji
教室

filin makaranta
校園

malami
老師

takarda
紙

rubuta
書寫

alkalami
筆

babban teburi
辦公桌

rula
直尺

littafi
書

dalibi
學生

jakar makaranta

書包

gidan fensir

鉛筆盒

fensir

鉛筆

abin fike fensir

削鉛筆機

kilina

橡皮擦

kwalin zane

畫板

zane

圖畫

burushin fenti

畫筆

gwangwanin fenti

顏料盒

almakashi

剪刀

gam

膠水

littafi aiki

練習冊

aikin gida

家庭作業

lamba

數字

kara

加

debe

減

yi sau

乘

kwakuleta

計算

wasika

字母

harafi

字母表

kalma

字

rubutu

課文

karanta

讀

alli

粉筆

darasi

上課

rijista

登記

jarabawa

考試

satifiket

證書

kayan makaranta

校服

ilimi

教育

kundin ilimi

百科全書

jami'a

大學

madubin kimiyya

顯微鏡

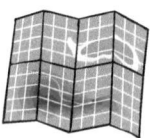

taswira

地圖

kwandon shara

廢紙簍

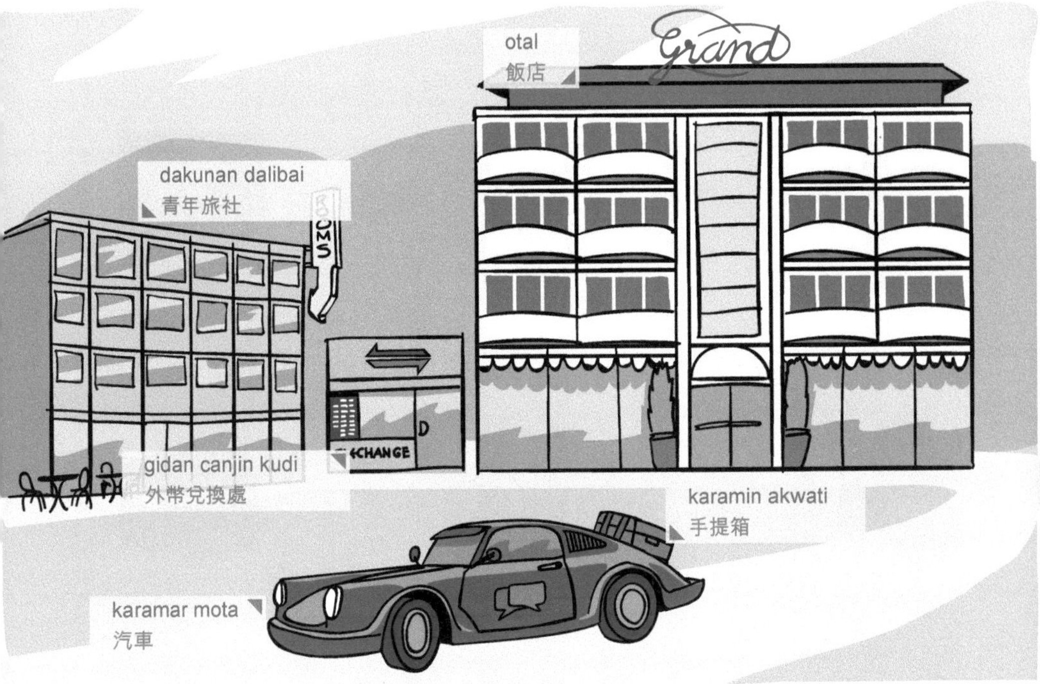

otal
飯店
Grand
dakunan dalibai
青年旅社
ROOMS
gidan canjin kudi
外幣兌換處
CHANGE
karamin akwati
手提箱
karamar mota
汽車

yare

語言

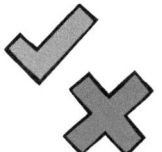

e/a'a

是/否

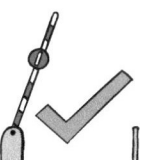

Ya yi

好的

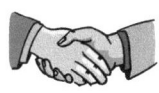

barka dai

您好

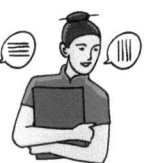

mai fassara

翻譯人員

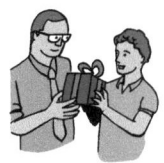

Na gode

謝謝

nawa ne...?

……多少錢？

ban gane ba

我不明白

matsala

問題

Barka da yamma!

晚上好！

Ina kwana!

早上好！

barka da dare!

晚安！

sai an jima

再見

alkibla

方向

kaya

行李

jaka

包

jakar goyawa

背包

bako

客人

daki

房間

jakar barci

睡袋

tanti

帳篷

bayanin dan yawon bude-ido

旅行資訊

bakin ruwa

海灘

katin banki

信用卡

karin kumallo

早餐

abincin rana

午餐

abincin dare

晚餐

tikiti

票

daga

電梯

hatimi

郵票

iyaka

邊界

kudin fiton kaya

海關

ofishin jakadanci

大使館

biza

簽證

fasfo

護照

jirgin sama
飛機

jirgin ruwa
船

injin kashe gobara
消防車

motar bas
公車

tarakta
卡車

alekwale mai inji
艇

keke
腳踏車

karamar mota
汽車

karamin jirgin ruwa
渡輪

kwalekwale
小船

babur
機車

motar 'yansanda
警車

motar tsere
賽車

motar haya
租車

tarayyar karamar mota

拼車

babbar mota da ta lalace

拖車

motar shara

垃圾車

mota

馬達

mai

汽油

gidan mai

加油站

alamar titi

交通標識

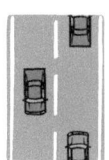

zirga-zirga

交通

cunkoson ababen hawa

交通堵塞

wurin ajiye mota

停車場

tashar jirgin kasa

火車站

filin tsere

軌道

jirgin kasa

火車

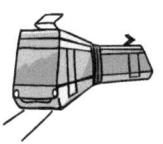

jirgin kasa mai kyabil

路面電車

keken doki

客車廂

helikwafta

直升機

filin jirgin sama

機場

hasumiya

塔

fasinja

乘客

mazubi

集裝箱

kwali

紙板箱

amalanke

手推車

kwando

籃子

tashi / sauka

起飛/降落

城市

kauye

村莊

tsakiyar birni

市中心

gida

房子

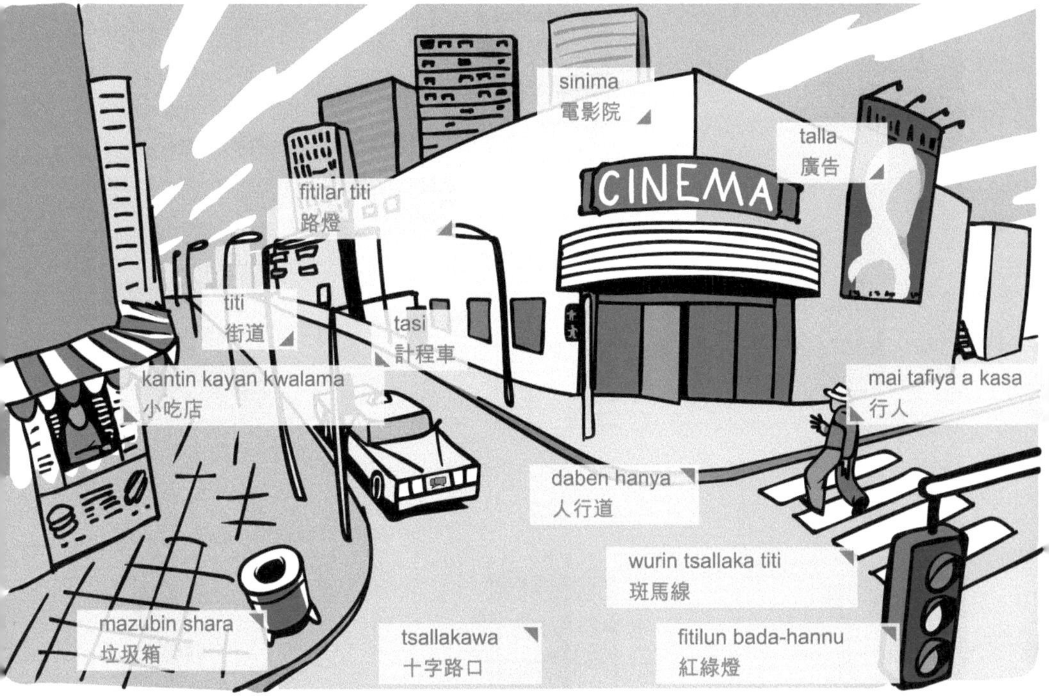

CINEMA
sinima
電影院
talla
廣告
fitilar titi
路燈
titi
街道
tasi
計程車
kantin kayan kwalama
小吃店
mai tafiya a kasa
行人
daben hanya
人行道
wurin tsallaka titi
斑馬線
mazubin shara
垃圾箱
tsallakawa
十字路口
fitilun bada-hannu
紅綠燈

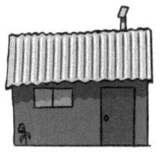

bukka

小屋

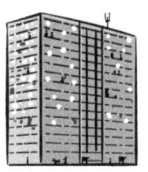

shafaffe

公寓

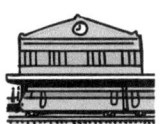

tashar jirgin kasa

火車站

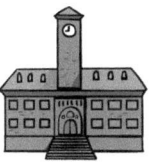

dakin taro

市政廳

MUSEUM

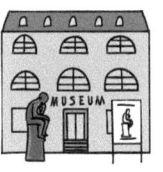

gidan kayan tarihi

博物館

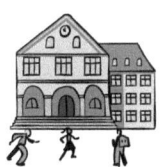

makaranta

學校

jami'a

大學

banki

銀行

asibiti

醫院

otal

飯店

kantin magani

藥房

ofis

辦公室

kantin littattafai

書店

kanti

商店

mai sayar da furanni

花店

babban kanti

超市

kasuwa

市場

kanti mai sassa

百貨商店

shagon sayar da kifi

魚店

wurin sayayya

購物中心

matsayar jiragen ruwa

海港

ma'ajiyar motoci

公園

benci

長凳

gada

橋

kafar bene

樓梯

karkashin kasa

捷運

ramin karkashin kasa

隧道

matsayar bas

公車站

mashaya

酒吧

gidan abinci

餐館

akwatin sakonni

郵筒

alamar titi

路標

mitar ajiye motoci

停車計時器

gidan namun daji

動物園

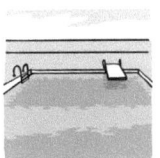

kwamin iyo

游泳池

masallaci

清真寺

gona

農場

gurbata

污染

makabarta

墓地

coci

教堂

filin wasanni

操場

dakin bauta

寺廟

地形

ganye
樹葉

turken alama
指示牌

hanya
路

makiyaya
草地

dutse
石頭

bishiy
樹

mai tattaki
徒步旅行者

korama
河

ciyawa
草

fure
花

kwazazzabo

峽谷

tudu

丘陵

tafki

湖

daji

森林

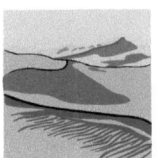

hamada

沙漠

amon dutse

火山

fada

城堡

bakan-gizo

彩虹

malafar jaki

蘑菇

bishiyar kwakwar manja

棕櫚樹

sauro

蚊子

kuda

蒼蠅

tururuwa

螞蟻

zuma

蜜蜂

gizo

蜘蛛

burgunguma

甲蟲

kwado

青蛙

kurege

松鼠

bushiya

刺蝟

zomo

野兔

mujiya

貓頭鷹

tsuntsu

鳥

agwagwar ruwa

天鵝

aladen daji

野豬

namijin barewa

鹿

kanki

麋鹿

dam

水壩

lantarki mai iska

風力發電機

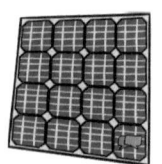

farantin hasken rana

太陽能電池板

yanayi

氣候

sabis
服務生

jerin abinci
菜譜

kujera
椅子

miya
湯

fiza
披薩餅

kyallen rufe tuburi
桌布

wuka da cokula
餐具

makunni

前菜

babban abinci

主菜

kayan zaki

甜點

kayan sha

飲料

abinci

食物

kwalba

瓶子

abincin tafi-da-gidanka

速食

abincin titi

街邊小吃

tukunyar shayi

茶壺

kwanon sikari

糖盒

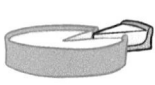

gutsire

一份飯菜

injin hada kofi

義式咖啡機

kujera mai tudu

高腳椅

doka

帳單

tire

托盤

wuka

刀

cokali mai yatsu

餐叉

cokali

勺子

cokalin shayi

茶匙

kyallen cin abinci

餐巾

gilashi

玻璃杯

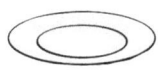

faranti

碟子

farantin miya

湯盤

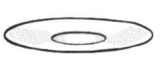

farantin kofi

碟子

hadin dandano

醬

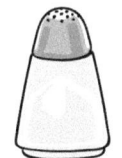

mazubin gishiri

鹽瓶

abin nikan yaji

胡椒研磨罐

lamurje

醋

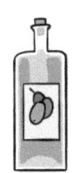

mai

食用油

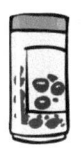

kayan dandano

調味料

miyar tumatir

番茄醬

mustad

芥末

mayonnaise

美乃滋

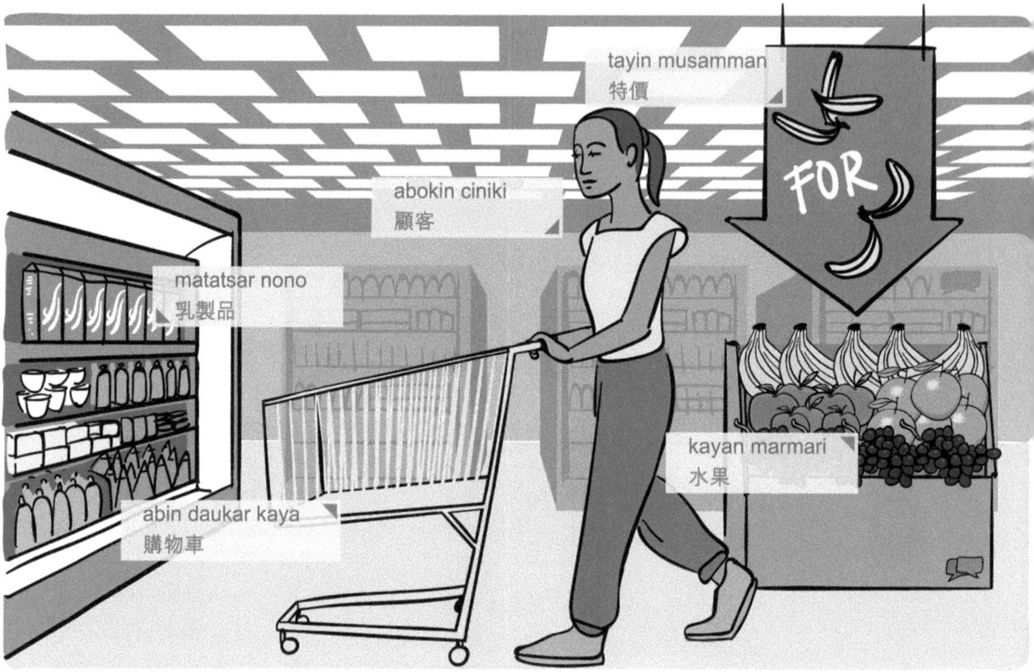

tayin musamman
特價
abokin ciniki
顧客
matatsar nono
乳製品
kayan marmari
水果
abin daukar kaya
購物車
FOR

BUTCHERS

na mahauci

肉鋪

BAKERY

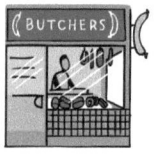

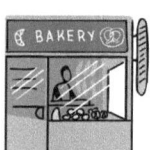

shagon mai burodi

麵包店

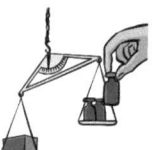

auna nauyi

稱重

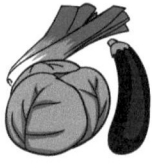

kayan lambu

蔬菜

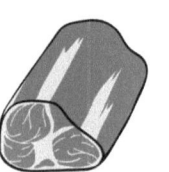

nama

肉

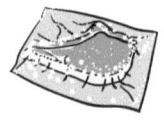

darkararren abinci

冷凍食品

nama mai sanyi

冷盤

abincin gwangwani

罐頭食品

garin sabulun wanki

洗衣粉

alewa

甜食

kayan amfanin gida

日用品

kayan tsafta

清潔用品

mai sayarwa

銷售員

haro

收銀機

mai biyan kudi

收銀員

jerin kayan sayayya

購物清單

sa'o'in budewa

開放時間

alabe

錢包

katin banki

信用卡

jaka

袋子

jakar roba

塑膠袋

ruwa

水

ruwan 'ya'yan itace

果汁

madara

牛奶

coke

可樂

barasa

紅酒

giya

啤酒

barasa

酒

koko

可可

shayi

茶

kofi

咖啡

bakin kofi

義式濃縮咖啡

kofi mai madara

卡布奇諾

ayaba

香蕉

tufa

蘋果

lemon zaki

柳丁

kankana

西瓜

lemon tsami

檸檬

karas

胡蘿蔔

tafarnuwa

大蒜

gora

竹子

albasa

洋蔥

kunnen-jaki

蘑菇

dangin gyada

堅果

dangin taliya

麵條

sufageti

義大利麵

shinkafa

米飯

man salak

沙拉

sala-sala

薯條

soyayyen dankali

炸馬鈴薯

fiza

披薩餅

hambaga

漢堡

sanwich

三明治

kwan nama

炸豬排

naman alade

火腿

salami

義大利臘腸

kilishin turawa

香腸

kaza

雞肉

gashi

烤肉

kifi

魚

kamun oats

燕麥片

muesli

木斯里

kwamfiles

玉米片

fulawa

麵粉

fanke

牛角麵包

yankan burodi

麵包捲

burodi

麵包

gashi

吐司

biskit

餅乾

bota

奶油

man shanu

凝乳

kek

蛋糕

kwai

蛋

soyayyen kwai

煎蛋

cuku

起司

askirim

冰淇淋

sikari

糖

zuma

蜂蜜

jam

果醬

cakuletin shafawa

巧克力醬

kori

咖哩

gidan gona
農舍

damin karmami
稻草捆

rumbu
糧倉

fili
田野

doki
馬

tirela
拖車

tarakta
拖拉機

dan doki
馬駒

jaki
驢

dan tunkiya
羔羊

tumaki
羊

akuya

山羊

saniya

奶牛

maraki

小牛

alade

豬

dan alade

小豬

bajimi

公牛

dinya

鵝

agwagwa

鴨

dan tsako

小雞

kaza

母雞

zakara

公雞

bera

鼠

kyanwa

貓

bera

老鼠

takarkari

牛

kare

狗

dakin kare

狗屋

bututun lambu

花園澆水軟管

bokitin ban-ruwa

澆水壺

ashasha

長柄大鐮刀

garma

犁

lauje

鐮刀

fartanya

鋤頭

cebur mai yatsu

長柄草耙

gatari

斧頭

wilbaro

獨輪手推車

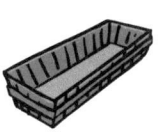

mazubin abincin dabbobi

飼料槽

gwangwanin madara

牛奶罐

buhu

麻布袋

shinge

柵欄

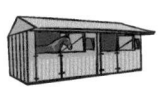

barga

馬廄

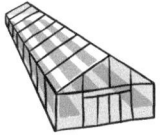

koren-gida

溫室

rairai

土壤

iri

種子

taki

肥料

injin girbi da sussuka

聯合收割機

girbe

收割

girbi

收割

doya

地瓜

alkama

小麥

waken soya

大豆

dankali

土豆

dawa

玉米

furen mai

油菜籽

bishiyar kayan marmari

果樹

rogo

樹薯

hatsi

穀物

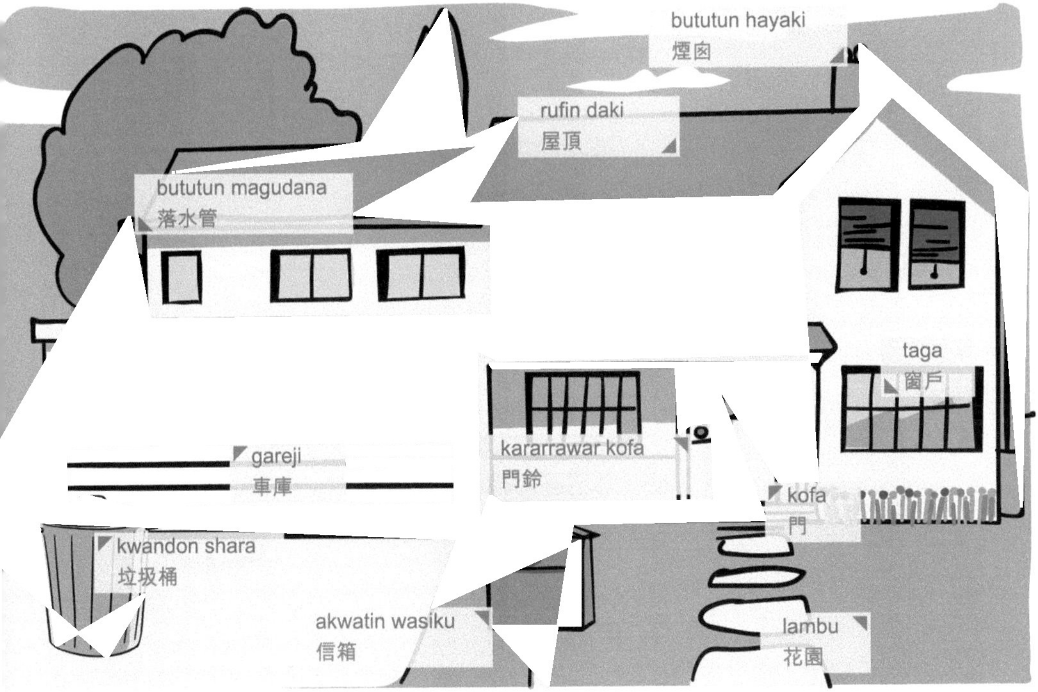

bututun hayaki
煙囪

rufin daki
屋頂

bututun magudana
落水管

taga
窗戶

gareji
車庫

kararrawar kofa
門鈴

kofa
門

kwandon shara
垃圾桶

akwatin wasiku
信箱

lambu
花園

falo

客廳

dakin wanka

浴室

kicin

廚房

dakin kwana

臥室

dakin yaro

兒童房

dakin cin abinci

餐廳

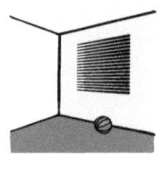

dabe

地板

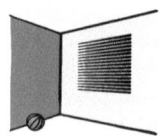

bango

牆壁

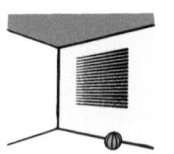

sili

天花板

dakin karkashin kasa

地窖

wurin wankan dumi

三溫暖

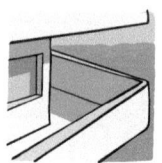

barandar bene

陽臺

baranda

露臺

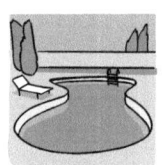

gulbin ninkaya

游泳池

injin yanke ciyawa

割草機

kwano

被單

zanen gado

床罩

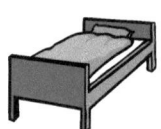

gado

床

tsintsiya

掃帚

bokiti

水桶

makunni

開關

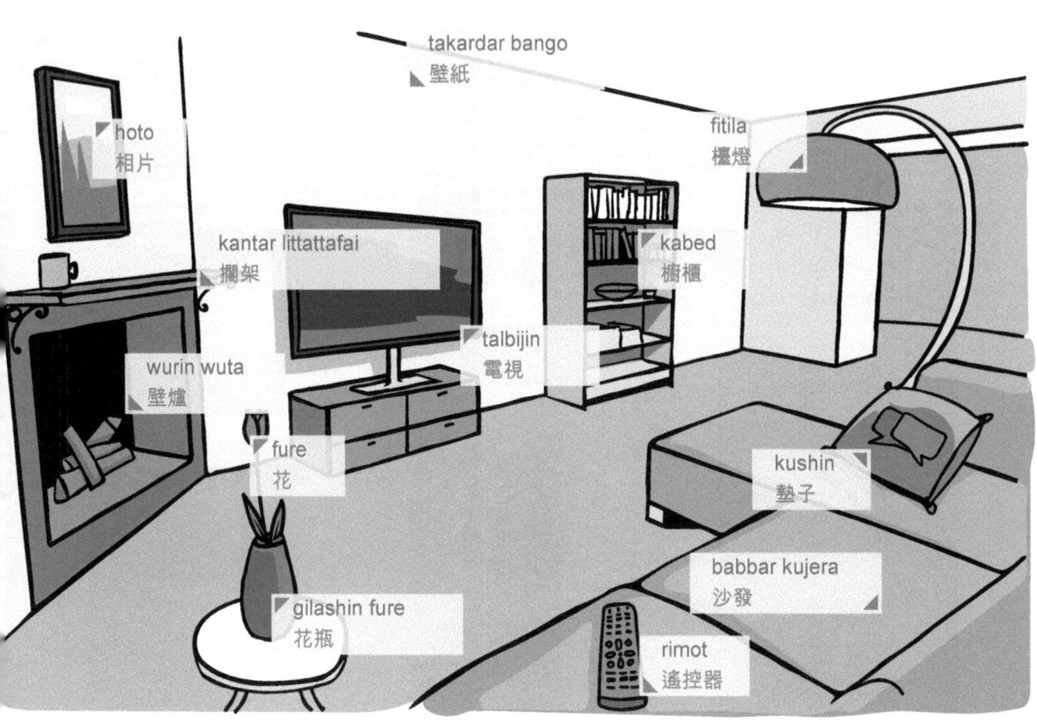

takardar bango
壁紙

hoto
相片

fitila
檯燈

kantar littattafai
擱架

kabed
櫥櫃

talbijin
電視

wurin wuta
壁爐

fure
花

kushin
墊子

babbar kujera
沙發

gilashin fure
花瓶

rimot
遙控器

darduma
地毯

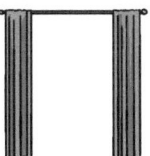

labule
窗簾

teburi
餐桌

kujera
椅子

kujera mai shillo
搖椅

kujera mai hannu
扶手椅

littafi

書

bargo

毯子

kwalliya

裝飾品

itacen girki

木柴

fim

電影

kayan hi-fi

高傳真音響

makulli

鑰匙

jarida

報紙

zanen fenti

油畫

fasta

海報

rediyo

收音機

takardar rubutu

筆記本

na'urar share darduma

吸塵器

murtsunguwa

仙人掌

kyandir

蠟燭

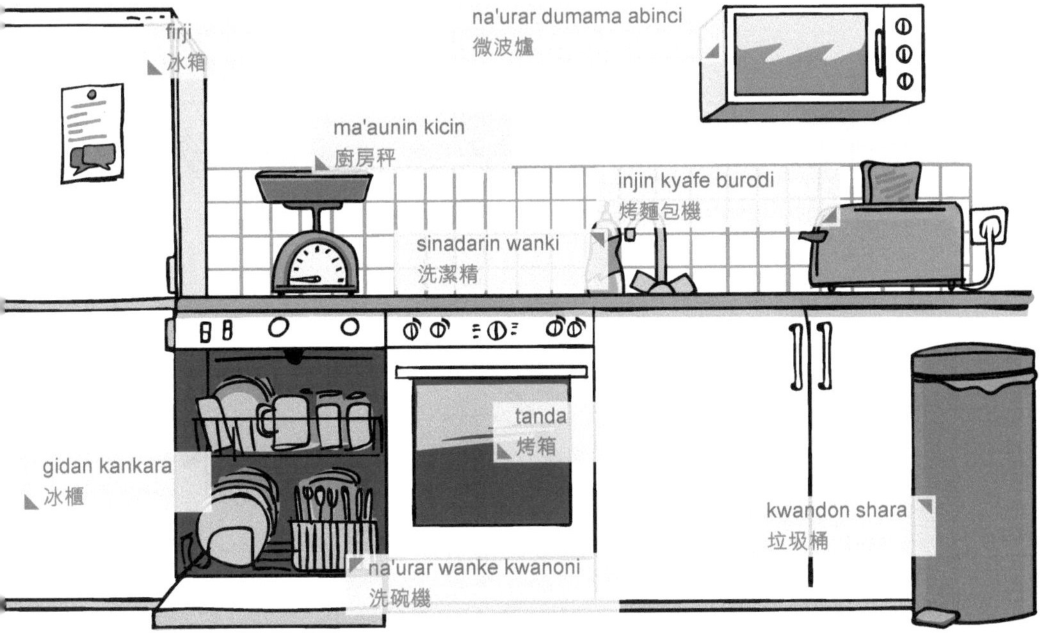

na'urar dumama abinci
微波爐

firji
冰箱

ma'aunin kicin
廚房秤

injin kyafe burodi
烤麵包機

sinadarin wanki
洗潔精

tanda
烤箱

gidan kankara
冰櫃

kwandon shara
垃圾桶

na'urar wanke kwanoni
洗碗機

cooker
炊具

tukunya
鍋

tukunyar alminiyum
鑄鐵鍋

kwanon suya
炒鍋

kwanan suya
平底鍋

buta
水壺

tukunyar dumi

蒸鍋

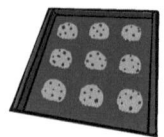

kwanan gashi

烤盤

kayan tangaran

陶瓷鍋

tambulan

馬克杯

kwano

碗

tsinkayen cin abinci

筷子

ludayi

長柄勺

ludayin suya

鏟子

makadin kwai

攪拌器

rariya

濾網

mataci

篩子

na'urar nika

磨碎機

turmi

研缽

balangu

燒烤

wutar sarari

明火

katakon yanke-yanke

菜板

katakon murji

擀麵杖

mabudin kwalba

開瓶器

gwangwani

罐子

mabudin gwangwani

開罐器

hannun tukunya

隔熱手套

wurin wanke-wanke

水槽

burushi

刷子

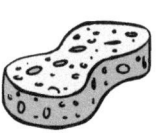

soso

海綿

bilenda

攪拌機

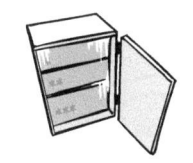

babban gidan kankara

冷藏箱

bulumboti

奶瓶

famfo

水龍頭

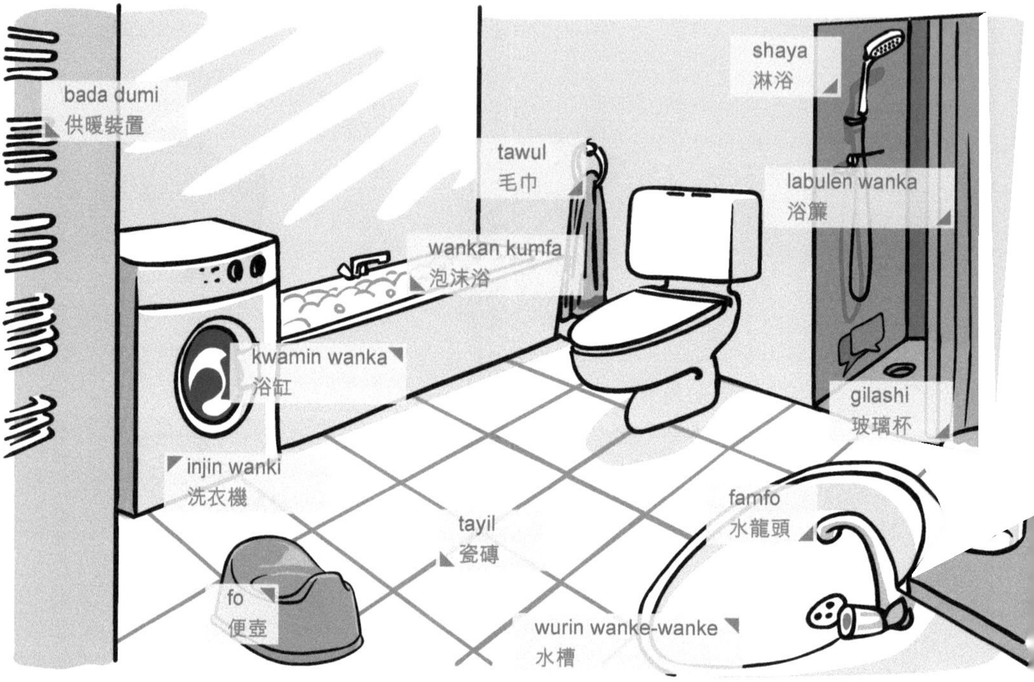

shaya
淋浴

bada dumi
供暖裝置

tawul
毛巾

labulen wanka
浴簾

wankan kumfa
泡沫浴

kwamin wanka
浴缸

gilashi
玻璃杯

injin wanki
洗衣機

famfo
水龍頭

tayil
瓷磚

fo
便壺

wurin wanke-wanke
水槽

bandaki
廁所

bandakin tsuguno
蹲便器

kwamin tsarki
坐浴器

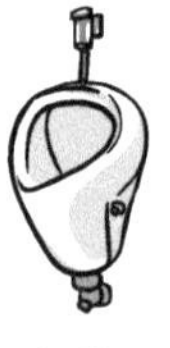

wurin fitsari
小便斗

takardar bandaki
廁紙

burushin bandaki
馬桶刷

burushin hakori

牙刷

man hakori

牙膏

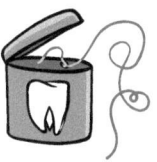

zaren sakace

牙線

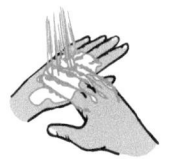

wanke

洗

shayar hannu

手持式蓮蓬頭

wankin farji

沖洗器

kwamin wanke hannu

洗臉盆

burushin wanke baya

洗背刷

sabulu

肥皂

ruwan sabulun wanka

沐浴露

man gyaran gashi

洗髮乳

tsumman wanka

法蘭絨

lambatu

排水

kirim

乳霜

turaren kamshi

除臭劑

madubi

鏡子

madubin hannu

手鏡

reza

刮鬍刀

man yaran fuska

刮鬍泡沫

man aski

鬚後水

mataji

梳子

burushi

刷子

na'urar busar da gashi

吹風機

man gashi

噴髮定型劑

kwalliya

化妝品

jan-baki

唇膏

man farce

指甲油

audugar goge kunne

化妝棉

almakashin yankan farce

指甲剪

turare

香水

jakar wanka

洗漱包

bahaya

凳子

ma'aunin nauyi

計重秤

rigar wanka

浴袍

safar roba

橡膠手套

audugar haila

衛生棉條

audugar mata

衛生棉

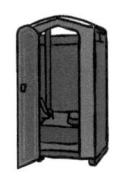

bandakin tafi-da-gidanka

化學廁所

agogo mai kararrawa
鬧鐘

yartsanar tsumma
毛絨玩具

motar wasan yara
玩具車

gidan 'yartsana
玩具屋

kyauta
禮物

kara
撥浪鼓

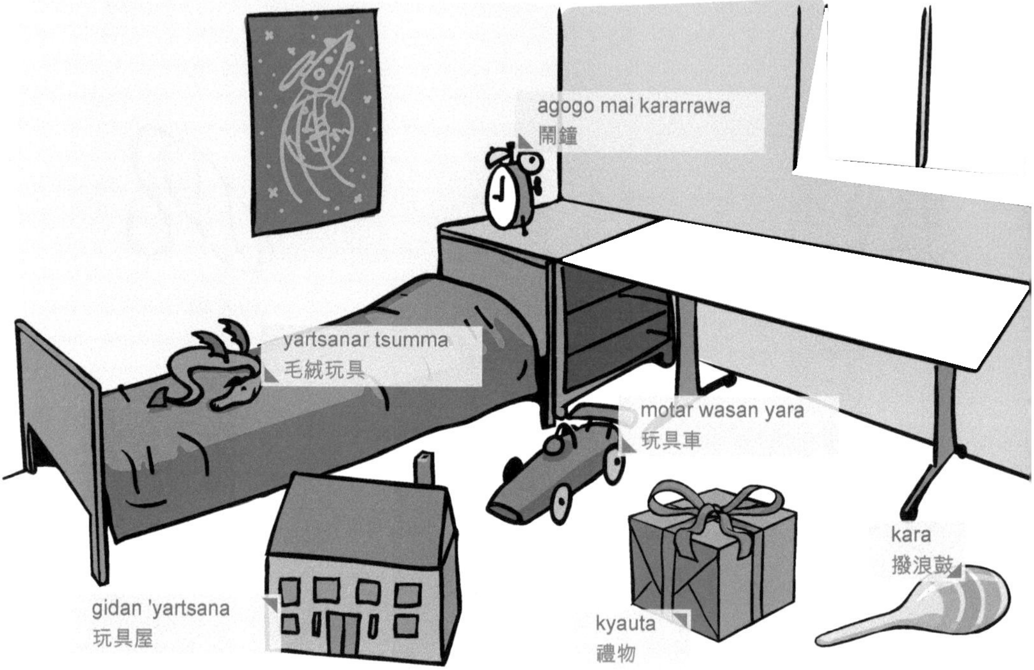

balo

氣球

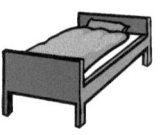

gado

床

keken jarirai

嬰兒車

benen kwalaye

撲克牌

wasa kwakwalwa

拼圖

ban dariya

漫畫

tubalan roba

樂高積木

tubalan gini

積木玩具

mutum-mai-aiki

公仔

rigar jariri

嬰兒服

Dokin iska

飛盤

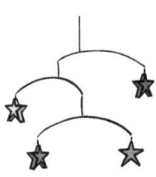

tafi-da-gidanka

床鈴玩具

wasan dara

棋盤遊戲

dan ludo

骰子

zubin kwatancin jirgin kasa

火車模型

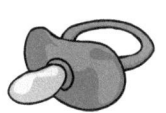

mutum-mutumi

安撫奶嘴

walima

派對

littafi mai hotuna

繪本

kwallo

球

yartsana

洋娃娃

yi wasa

玩

akwatin yashi

沙坑

lilo

鞦韆

kayan wasan yara

玩具

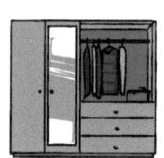

allon wasannin bidiyo

電玩遊戲

babur mai taya uku

三輪車

yartsanar tsumma

泰迪熊

wadirob

衣櫃

衣服

safa

襪子

sitokins

長襪

matse-jiki

緊身褲

adiko
圍巾

lema
雨傘

belet
皮帶

t-shat
T恤

takalman aiki
靴子

takalman silifas
拖鞋

takalman wasa
運動鞋

takalman sandal

涼鞋

takalma

鞋

takalman roba

雨靴

kamfai

內褲

rigar nono

胸罩

falmaran

背心

jiki

身體

wando

褲子

jeans

牛仔褲

dantofi

短裙

rigar mata

女式襯衫

karamar riga

襯衫

riga mai hula

套頭衫

hular riga

連帽上衣

bileza

西裝夾克

jaket

夾克

kwat

外套

rigar ruwa

雨衣

kayan yayi

套裝

kayan sawa

連衣裙

rigar aure

婚紗

kwat da wando

西裝

rigar dare

睡袍

kayan barci

睡衣

sari

莎麗

dankwali

頭巾

rawani

包頭巾

hijabi

波卡

kaftani

卡夫坦

abaya

(阿拉伯式)長袍

rigar iyo

泳衣

wandon wasa

男式泳褲

gajeran wando

短褲

kayan wasanni

運動服

kyallen aiki

圍裙

safar hannu

手套

maballi

鈕扣

tabarau

眼鏡

awarwaro

手鏈

tsakiya

項鍊

zobe

戒指

dan kunne

耳環

hula

便帽

maratayin kwat

衣架

malafa

帽子

lakataya

領帶

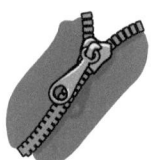

zi

拉鍊

hular kwano

安全帽

masu daidaita hakori

背帶

kayan makaranta

校服

yunifom

制服

kyallen cin abincin jariri

....

圍兜

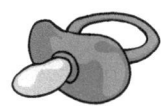

mutum-mutumi

....

安撫奶嘴

kunzugu

....

尿布

saba
伺服器

kabed din fayiloli
檔案櫃

na'urar dab'i

takarda
紙

fuskar kwamfuta
螢幕

babban teburi
辦公桌

mouse
滑鼠

allon madannai

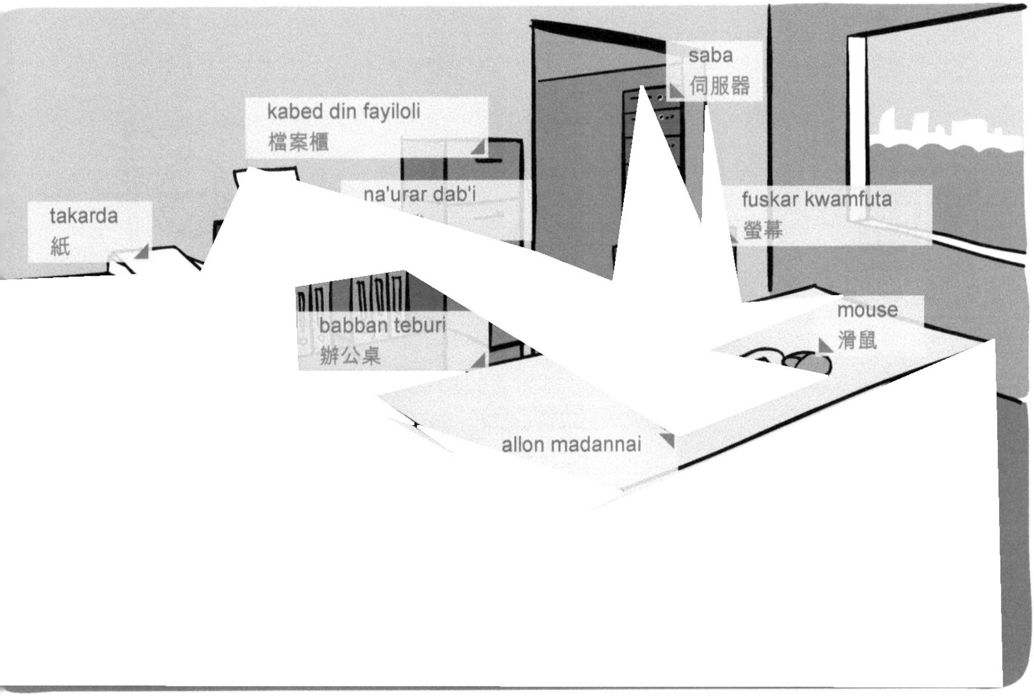

tambulan kofi

....

咖啡杯

kwakuleta

....

計算機

intanet

....

網際網路

laptop

筆記型電腦

wasika

信件

sako

簡訊

tafi-da-gidanka

行動電話

sadarwa

網路

na'urar hoton takarda

影印機

kwakwalwar kwamfuta

軟體

tarho

電話

jona soket

插座

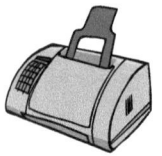
na'urar faks

傳真機

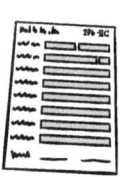
fom

表格

daftari

檔案

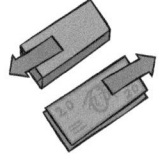

sayi

買

biya

付錢

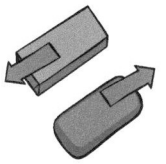

yi ciniki

交易

kudi

現金

dala

美元

euro

歐元

yen

日元

robul

盧布

franc na Swiss

瑞士法郎

renminbi yuan

人民幣

rupee

盧比

injin bada kudi

提款處

gidan canjin kudi

外幣兌換處

zinare

金

azurfa

銀

mai

石油

makamashi

能源

farashi

價格

matuntuba

合約

haraji

稅金

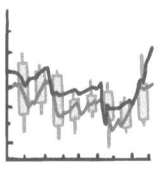

kaya

股票

yi aiki

工作

ma'aikaci

職員

mai daukar ma'aikata

老闆

masana'anta

工廠

kanti

商店

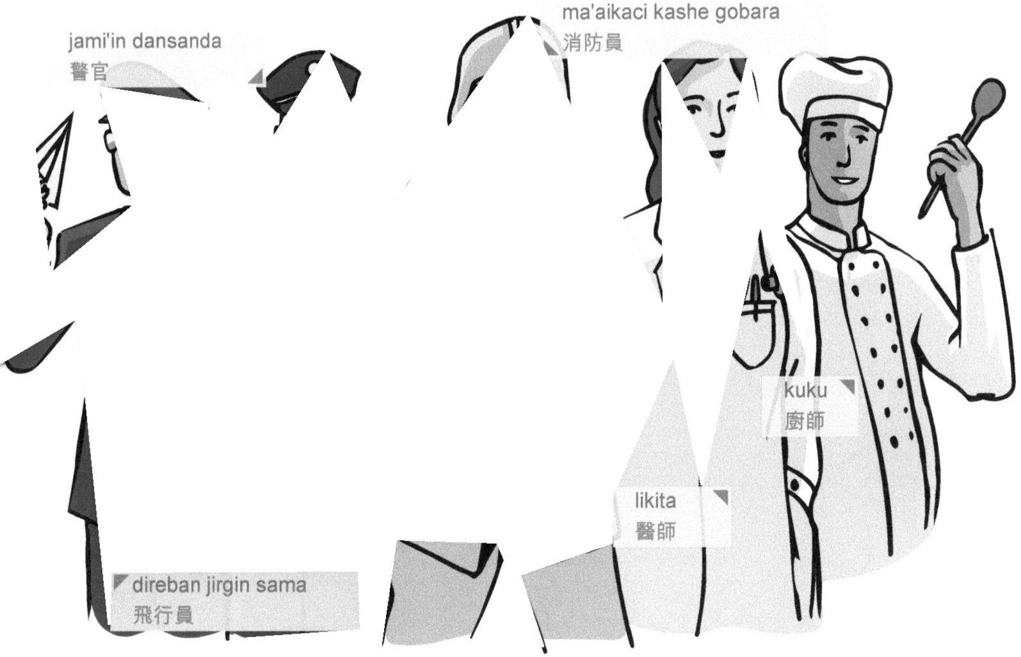

jami'in dansanda
警官

ma'aikaci kashe gobara
消防員

kuku
廚師

likita
醫師

direban jirgin sama
飛行員

mai aikin lambu

園丁

kafinta

木匠

mace mai dinki

裁縫

alkali

法官

mai hada magunguna

化學家

jarumi

演員

direban bas

公車司機

direban tasi

計程車司機

masunci

漁夫

mace mai shara

清洗女工

mai aikin rufi

屋頂工

sabis

服務生

mafarauci

獵人

mai fenti

畫家

mai yin burodi

麵包師

mai gyaran lantarki

電工

magini

建築工人

injiniya

工程師

mahauci

屠夫

mai gyaran famfo

水管工

mai raba wasiku

郵差

soja

士兵

mai zayyanar gidaje

建築師

mai biyan kudi

收銀員

mai sayar da furanni

花農

mai gyaran gashi

理髮師

mai kida

售票員

bakanike

機械技師

kyaftin

船長

likitan hakori

牙醫

masanin kimiyya

科學家

limamin yahudu

拉比

liman

伊瑪目

mai ibadar kirista

和尚

malamin addini

牧師

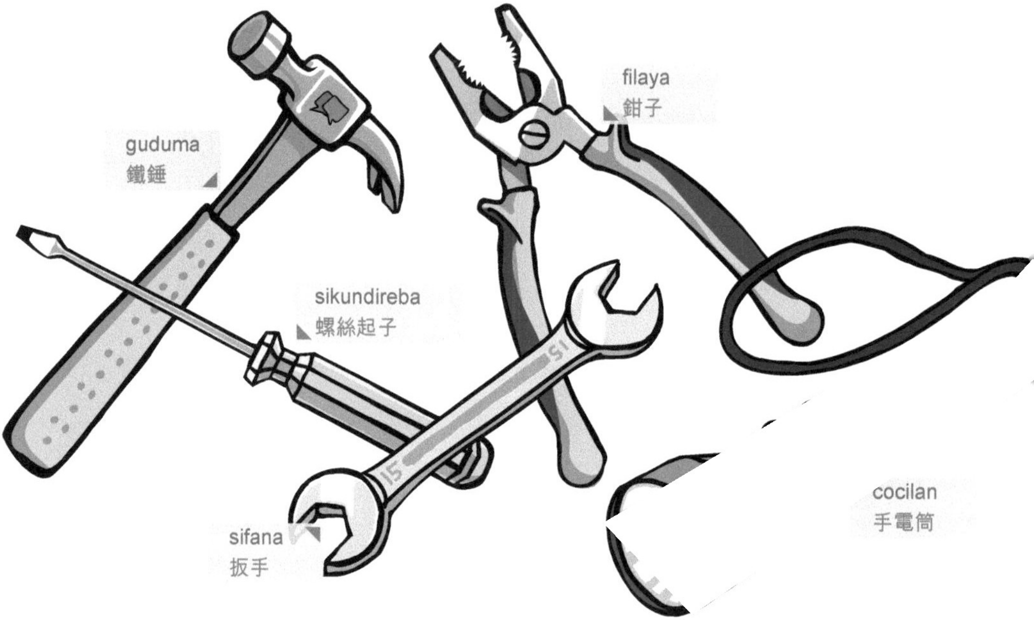

guduma
鐵錘

filaya
鉗子

sikundireba
螺絲起子

sifana
扳手

cocilan
手電筒

diga

挖掘機

akwatin kayan aiki

工具箱

tsani

梯子

zarto

鋸子

kusoshi

釘子

abin hudawa

鑽機

gyara

修

chebur

鏈子

Tafdi!

糟糕！

makwashin shara

畚箕

tukunyar fenti

油漆桶

kusoshi masu barima

螺絲

樂器

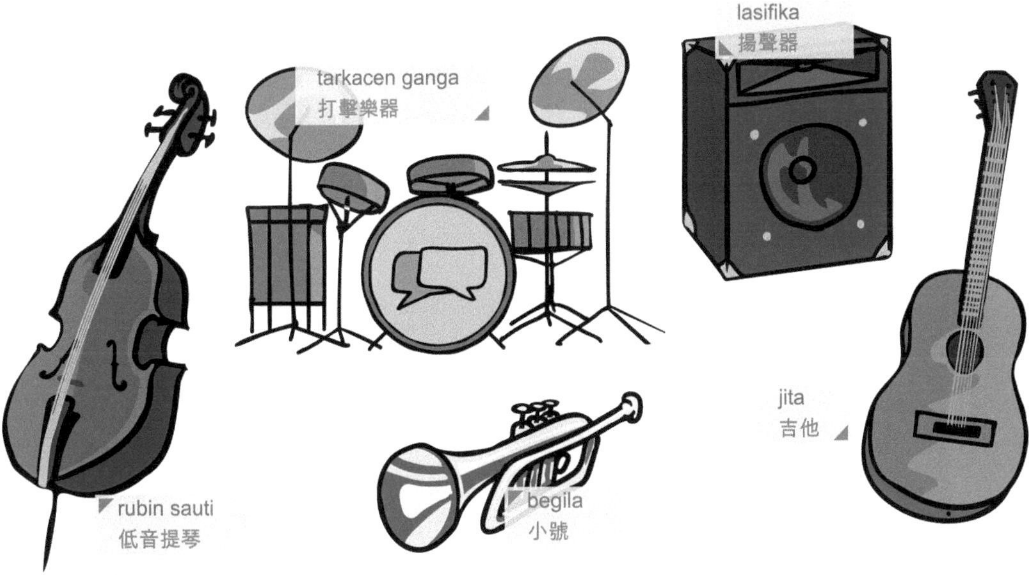

tarkacen ganga
打擊樂器

lasifika
揚聲器

rubin sauti
低音提琴

begila
小號

jita
吉他

fiyano

鋼琴

goge

小提琴

karamin sauti

貝斯

gangunan timpani

定音鼓

ganguna

鼓

masarrafin fiyano

電子琴

saxophone

薩克斯風

sarewa

長笛

makirfo

麥克風

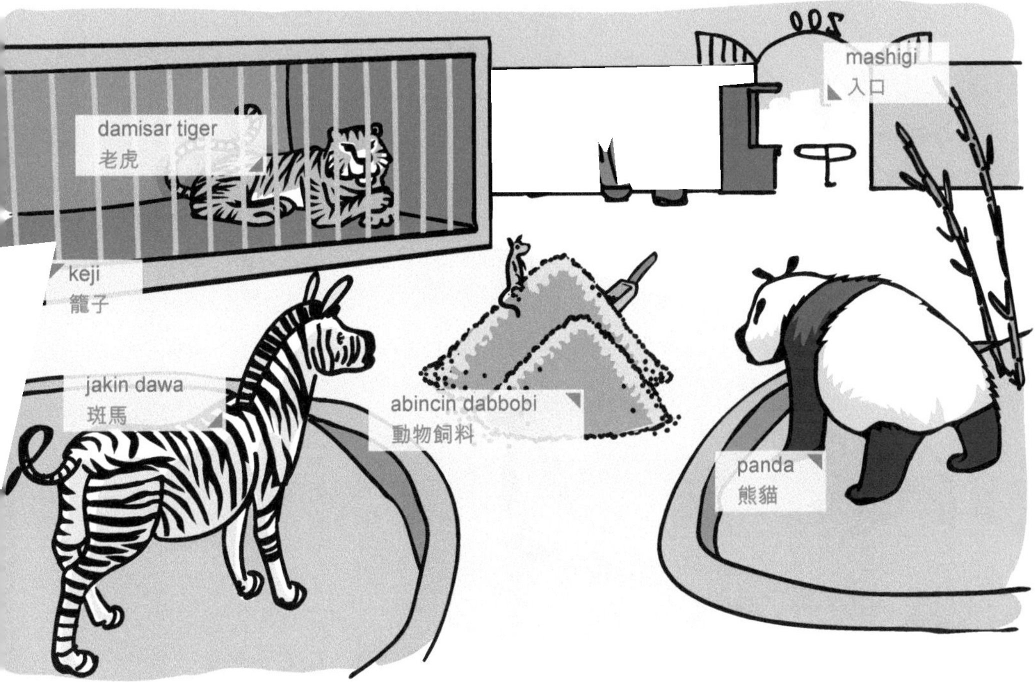

damisar tiger
老虎

mashigi
入口

keji
籠子

jakin dawa
斑馬

abincin dabbobi
動物飼料

panda
熊貓

dabbobi

動物

giwa

大象

babba-da-jaka

袋鼠

karkanda

犀牛

goggon biri

大猩猩

dabbar bear

熊

rakumi

駱駝

jimina

鴕鳥

zaki

獅子

biri

猴子

dinya

紅鶴

aku

鸚鵡

bear ta yankin kankara

北極熊

penguin

企鵝

kifin shark

鯊魚

dawisu

孔雀

maciji

蛇

kada

鱷魚

mai tsaro zu

動物園管理員

seal

海豹

damisar jaguar

美洲豹

dukushi
矮種馬

damisar leopard
豹

mugun dawa
河馬

rakumin dawa
長頸鹿

mikiya
老鷹

aladen daji
野豬

kifi
魚

kunkuru
龜

walrus
海象

dila
狐狸

barewa
羚羊

kwallon kafar Amurka
橄欖球

tseren keke
騎腳踏車

wasan tennis
網球

kwallon kwando
籃球

ninkaya
游泳

dambe
拳擊

kwallon gora na cikin kan
冰球

kwallon kafa

美式足球

badiminton

羽毛球

wasannin motsa jiki

田徑

kwallon hannu

手球

wasan kan kankara

滑雪

kwallon dawaki

馬球

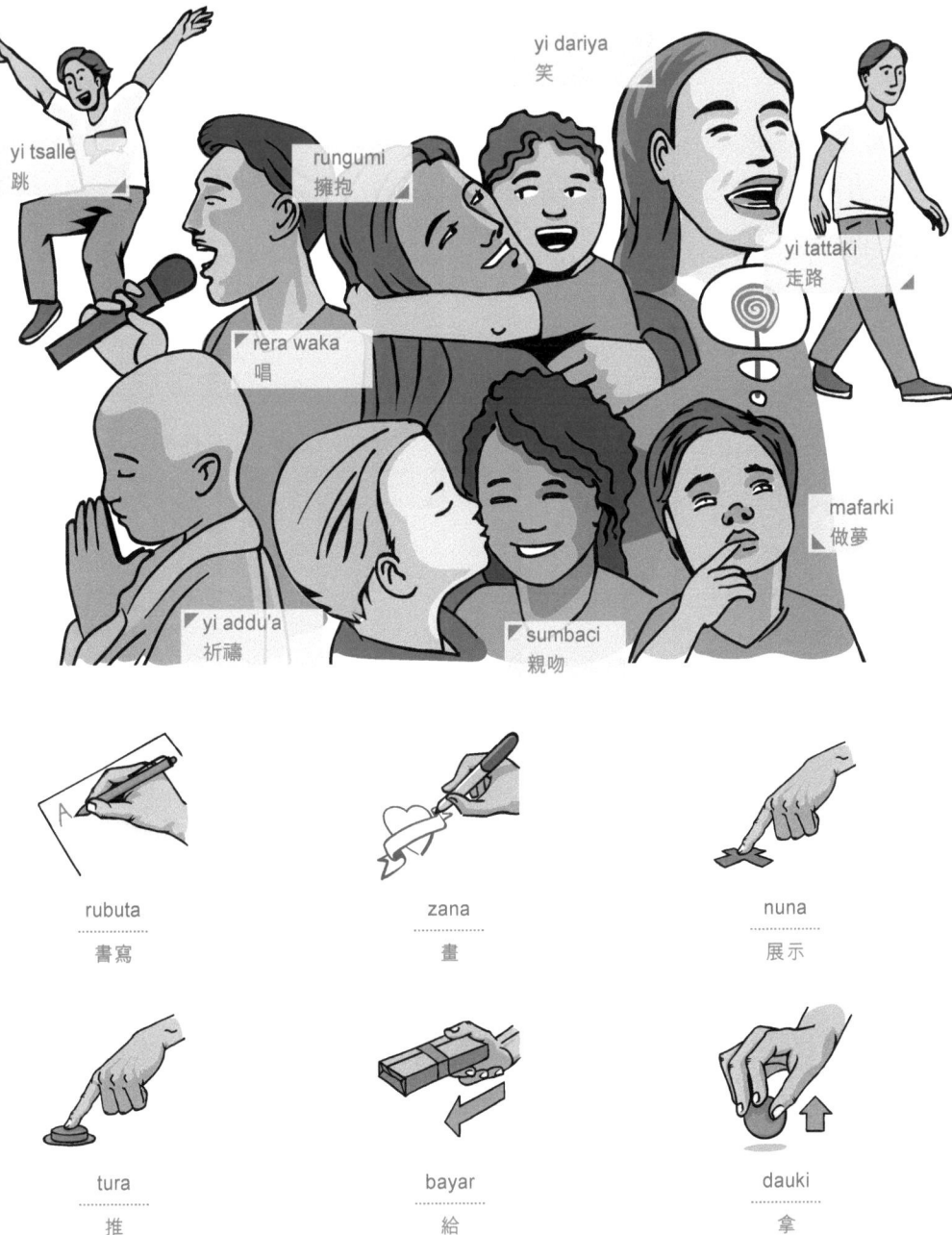

yi dariya
笑

yi tsalle
跳

rungumi
擁抱

yi tattaki
走路

rera waka
唱

mafarki
做夢

yi addu'a
祈禱

sumbaci
親吻

rubuta
書寫

zana
畫

nuna
展示

tura
推

bayar
給

dauki
拿

sami

有

yi

做

kasance

當

tsaya

站

gudu

跑

jawo

拉

jefa

丟

faduwa

摔倒

yi karya

躺

jira

等待

dauki

攜帶

zauna

坐

sanya tufafi

穿衣

yi barci

睡覺

farka

醒來

kalli

看

kuka

哭

bugi

擊

taje

梳頭

yi magana

交談

fahimci

明白

tambayi

問

saurari

聽

sha

喝

ci

吃

tattare

清理

yi soyayya

愛

dafa

做飯

yi tuki

開車

tashi

飛

tafi a kwalekwale

航行

kwakuleta

計算

karanta

讀

koyi

學習

yi aiki

工作

yi aure

結婚

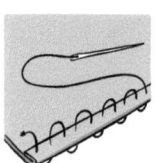

dinka

縫

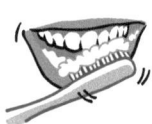

goge hakora

刷牙

kashe

殺

busa taba

抽菸

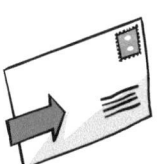

aika

寄

kaka mace
祖母

kaka namiji
祖父

uba
父親

uwa
母親

jariri
嬰兒

ya
女兒

da
兒子

bako

客人

gwaggo

阿姨

kawu

叔叔

dan'uwa

兄弟

yar'uwa

姐妹

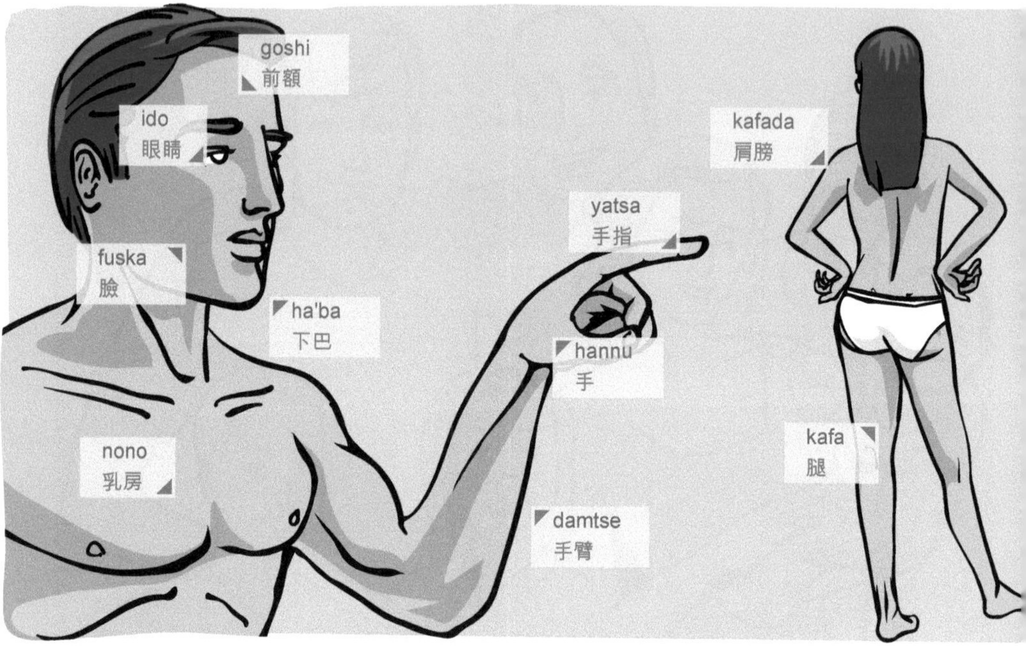

goshi
前額

ido
眼睛

kafada
肩膀

yatsa
手指

fuska
臉

ha'ba
下巴

hannu
手

nono
乳房

kafa
腿

damtse
手臂

jariri
嬰兒

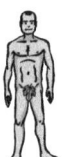

mutum
男人

mace
女人

yarinya
女孩

yaro
男孩

kai
頭

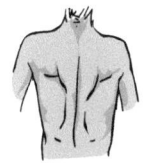

baya

背部

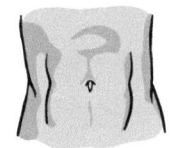

tulun ciki

肚子

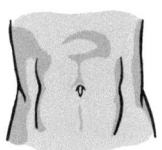

maballin ciki

肚臍

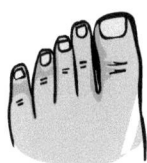

yatsan kafa

腳趾

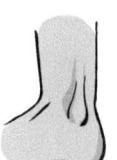

dudduge

腳後跟

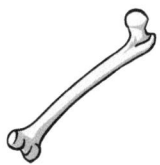

kashi

骨頭

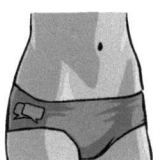

kugu

臀部

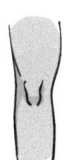

guiwa

膝蓋

guiwar hannu

手肘

hanci

鼻子

kasa

屁股

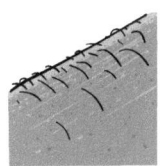

fata

皮膚

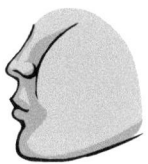

kumatu

臉頰

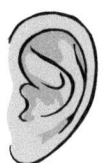

kunne

耳朵

lebe

嘴唇

wata

嘴

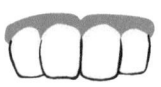

hakori

牙齒

harshe

舌頭

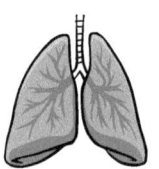

kwakwalwa

腦

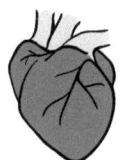

zuciya

心臟

kwanji

肌肉

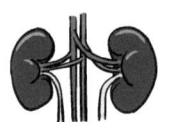

huhu

肺

hanta

肝臟

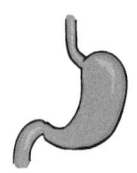

ciki

胃

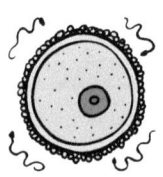

koda

腎臟

jima'i

性交

kwaroron roba

保險套

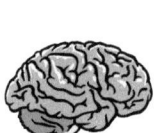

kwan mahaifa

卵子

maniyyi

精子

juna-biyu

懷孕

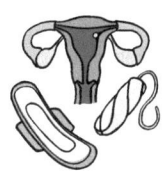

haila

月事

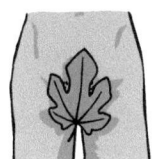

farji

陰道

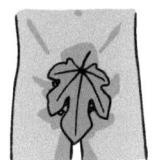

zakari

陰莖

gira

眉毛

gashi

頭髮

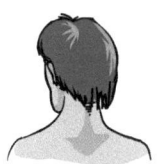

wuya

脖子

asibiti
醫院

kujerar guragu
輪椅

karaya
骨折

likita

醫師

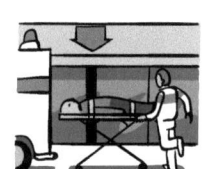

dakin kulawar gaggawa

急診室

ma'aikaciyar jinya

護理師

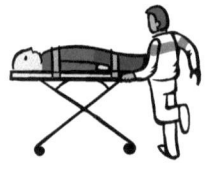

na gaggawa

緊急情形

magashiyyan

昏迷

radadi

痛

rauni

受傷

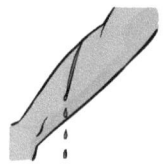

zubar jini

出血

bugun zuciya

心臟病發作

bugun jini

中風

kyan-jiki

過敏

tari

咳嗽

zazzabi

發燒

mura

流感

gudawa

腹瀉

ciwon kai

頭痛

cutar sankara

癌症

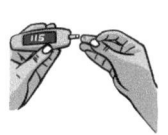

ciwon suga

糖尿病

likitan tiyata

外科醫師

wukar likita

手術刀

tiyata

手術

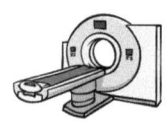

CT

電腦斷層掃描

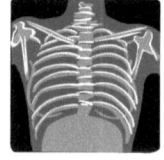

hoton kirji

X光

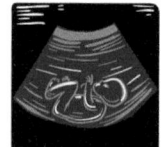

hoton ciki

超音波

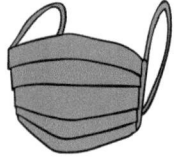

marufin fuska

口罩

cuta

疾病

dakin jira

候診室

madogari

拐杖

filasta

石膏

bandeji

繃帶

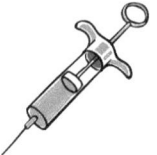

allura

注射

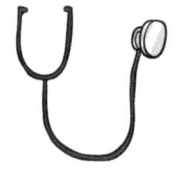

na'urar awon zuciya

聽診器

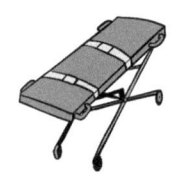

gadon daukar marar lafiya

擔架

na'urar auna zafin jiki

體溫計

haihuwa

出生

yawan nauyi

超重

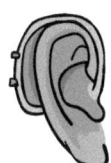

abin kara ji

助聽器

sinadarin kashe kwayoyin cuta

消毒液

kamuwar cuta

感染

kwayar cuta

病毒

Cutar Kanjamau

愛滋病

magani

藥物

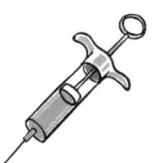

riga-kafi

接種疫苗

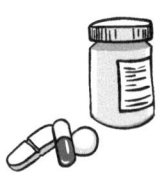

kwayoyin magani

藥片

magani

藥丸

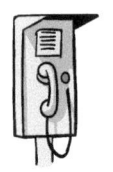

kiran gaggawa

急救電話

ma'aunin hawan jini

血壓計

cuta / lafiya

生病/健康

Taimako!

救命！

kararrawa

警報

farmaki

突擊

hari

攻擊

hatsari

危險

kofar ko-takwana

緊急出口

Wuta!

失火了！

abin kashe wuta

滅火器

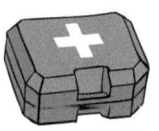

hadari

意外

kayan taimakon gaggawa

急救箱

Neman taimako

呼救訊號

dansanda

員警

Turai

歐洲

Amurka ta Arewa

北美洲

Amurka ta Kudu

南美洲

Afirka

非洲

Asiya

亞洲

Australia

澳洲

Atlantika

大西洋

Pacific

太平洋

Tekun Indiya

印度洋

Tekun Antatika

南冰洋

Tekun Arctic

北冰洋

Barin duniya na Arewa

北極

Barin duniya na Kudu

南極

Antatika

南極洲

Kasa

地球

tsandauri

陸地

kogi

海

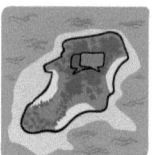

tsibiri

島

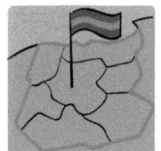

kasa

國家

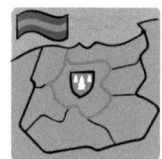

jiha

州

fuskar agogo

錶盤

hannun awa

時針

hannun mintuna

分針

hannun dakika

秒針

Karfe nawa yanzu?

現在幾點？

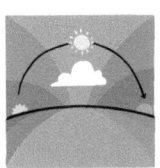

rana

天

lokaci

時間

yanzu

現在

agogon dijita

電子錶

minti

分

awa

時

週

Litinin 週一
Laraba 週三
Juma'a 週五
Asabar 週六
Talata 週二
Alhamis 週四
Lahadi 週日

jiya
昨天

yau
今天

gobe
明天

safiya
早晨

tsakar rana
中午

yamma
晚上

ranakun kasuwanci
工作日

karshen mako
週末

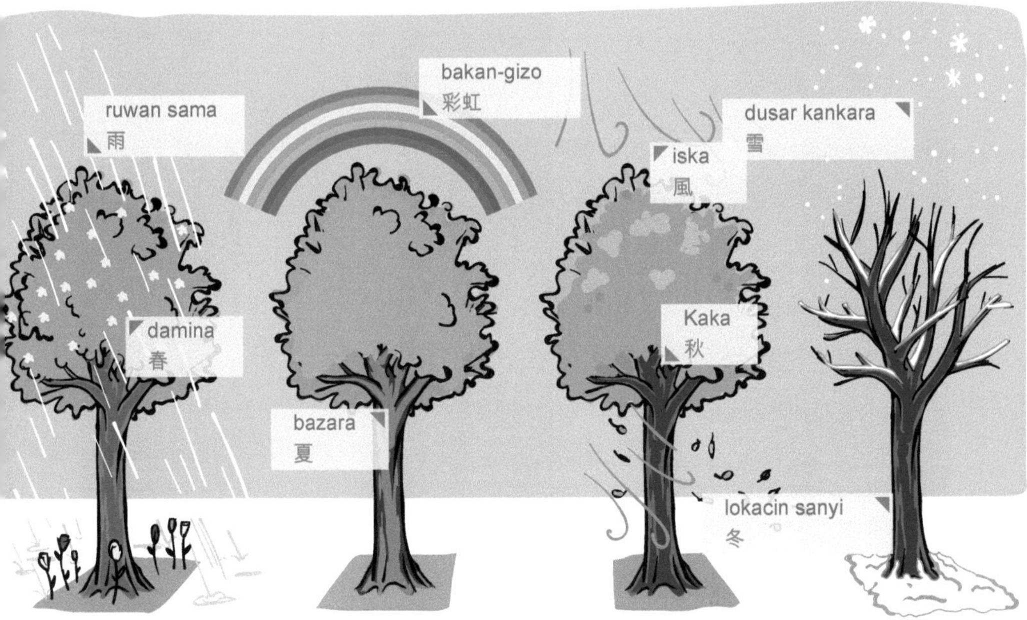

ruwan sama
雨
bakan-gizo
彩虹
dusar kankara
雪
iska
風
damina
春
Kaka
秋
bazara
夏
lokacin sanyi
冬

4.APRIL 11°
5.APRIL 4°
6.APRIL 13°
7.APRIL 8°
8.APRIL 10°

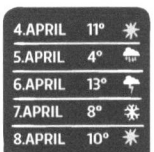

hasashen yanayi

天氣預告

F
C
120
90
60
30
0
-30
40
30
20
10
0
-10
-20

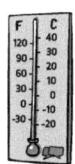

na'urar gwajin zafi da sanyi

溫度計

hasken rana

陽光

gajimare

雲

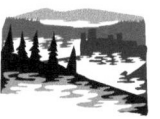

hazo

霧

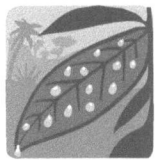

dumi

潮濕

walkiya

閃電

aradu

打雷

guguwa

風暴

kankarar ruwan sama

冰雹

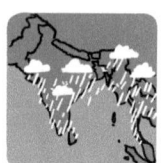

iskar bazara

季風

ambaliyar ruwa

洪水

kankara

冰

Janairu

一月

Fabarairu

二月

Maris

三月

Afirilu

四月

Mayu

五月

Yuni

六月

Yuli

七月

Agusta

八月

Satumba

九月

Oktoba

十月

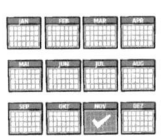

Nuwamba

十一月

Disamba

十二月

da'ira

圓形

murabba'i

正方形

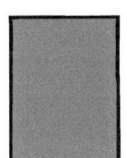

kusurwa hudu

長方形

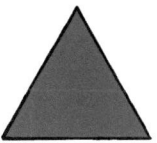

kusurwa uku

三角形

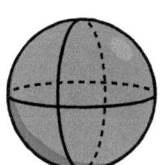

mulmulalle

球體

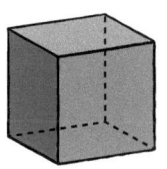

dunkule

立方體

fari

白

rawaya

黃

ruwan lemo

橙

ruwan shanshanbali

粉

ja

紅

garura

紫

shudi

藍

kore

綠

ruwan kasa

棕

ruwan toka

灰

baki

黑

da yawa / kadan

很多/少許

fushi / nutsuwa

生氣/平靜

kyakkyawa / mummuna

美/醜

farko / karshe

首/尾

babba / karami

大/小

mai haske / mai duhu

明/暗

dan uwa / 'yar uwa

兄弟/姐妹

mai tsafta / kazami

乾淨/骯髒

cikakke / maras cika

完整/缺失

rana / dare

白天/晚上

matacce / mai rai

死/生

mai fadi / matsattse

寬/窄

na ci / ba na ci ba

可食用/非食用

mugu / mai tausayi

邪惡/善良

mai karsashi / gajiyayye

興奮/無聊

kakkaura / siriri

胖/瘦

na farko / na karshe

第一/最後

aboki / makiyi

朋友/敵人

cikakke / holoko

滿/空

mai tauri / mai laushi

硬/軟

mai nauyi / marar nauyi

重/輕

yunwa / kishin ruwa

餓/渴

cuta / lafiya

生病/健康

haramtacce / halastacce

非法/合法

mai basira / dakiki

聰明/愚笨

hagu / dama

左/右

kusa / nesa

近/遠

sabo / na-hannu

新/舊

ba komai / wani abu

沒有/有些

tsoho / yaro

老/幼

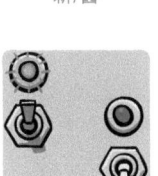

kunna / kashe

開/關

a bude / a rufe

打開/闔上

shiru / kara

安靜/吵鬧

mai arziki / talaka

富/窮

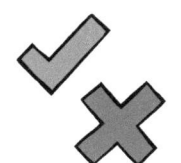

daidai / bata

對/錯

mai kaushi / mai santsi

粗糙/光滑

bakin ciki / farin ciki

傷心/高興

gajere / dogo

短/長

a sannu / da sauri

慢/快

jikakke / busasshe

濕/乾

dumi / sanyi

溫暖/涼爽

yaki / zaman lafiya

戰爭/和平

0

sifili

零

1

daya

一

2

biyu

二

3

uku

三

4

hudu

四

5

biyar

五

6

shida

六

7

bakwai

七

8

takwas

八

9

tara

九

10

goma

十

11

goma sha daya

十一

12

goma sha biyu

十二

13

goma sha uku

十三

14

goma sha hudu

十四

15

goma sha biyar

十五

16

goma sha shida

十六

17

goma sha bakwai

十七

18

goma sha takwas

十八

19

goma sha tara

十九

20

ashirin

二十

100

dari

百

1.000

dubu

千

1.000.000

miliyan

百萬

Turanci

英語

Turancin Amurka

美式英語

Mandarin na China

普通話

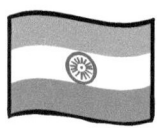

Hindi

印地語

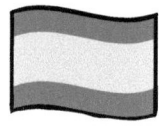

Sifaniyanci

西班牙語

Faransanci

法語

Larabci

阿拉伯語

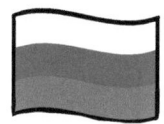

Yaren Rasha

俄語

Yaren Portugal

葡萄牙語

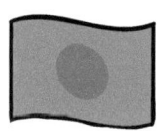

Bengali

孟加拉語

Yaren Jamus

德語

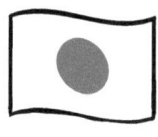

Yaren Japan

日語

ni

我

kai

你

shi / ita / ita

他/她/它

mu

我們

ku

你們

su

他們

wa?

誰？

me?

什麼？

ya ya?

如何？

a ina?

何處？

yaushe?

何時？

suna

名字

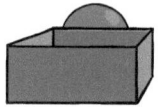

a baya

後面

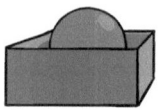

a ciki

裡面

a gaban

前面

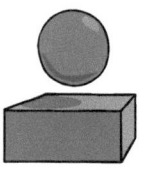

saman

上方

akai

上面

karkashi

下麵

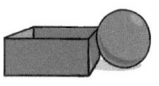

a gefe

旁邊

a tsakani

中間

wuri

地點